எரிதழலினில் ஈரமானாய்

ஐரின் டெபூ

இப்புத்தகத்தினை என் உயிரிலும் மேலாக நான் நேசிக்கும் எனது அன்னைக்கு சமர்ப்பிக்கிறேன். முடிவில்லாத தொடக்கமுமில்லை தொடக்கமில்லா முடிவுமில்லை என்பதன் பொருளிர்க்கேற்ப என் எழுத்து பயணத்திற்கு ஊன்றுகோலாய் அமைந்த கடவுளுக்கும் என் நன்றியை நான் தெரிவித்துக்கொள்கிறேன்.

"நின் தொடுதலில் என் நினைவறிந்தேன்

நின் மொழிதனிலே என் இசையறிந்தேன்

கருவறை முதல் கல்லறை வரை

காலமெல்லாம் உன் அன்பிற்கு என்

ஐம்புலன்களும் அடிமை அன்றோ"!

பொருளடக்கம்

பொருளடக்கம்

பொருளடக்கம்

1. அதிசயம்

உலகின் சிற்சில அதிசயங்களினுள்ளே
உன்னை அரிய அதிசயமென்பேன்
அன்பிற்கென்று ஓர் அகராதியில்லை
அன்னையின் அணைப்பில் பிழையில்லை!
பல்லாயிரம் இலக்கணங்கள் இயற்றப்பட்டன
பற்பல கவிதைகள் எழுதப்பட்டன
செய்த நின் தியாகங்கள்
சொல்ல வார்த்தைகள் போதா!
ஆயிரமாயிரம் வான் நட்சத்திரங்களுக்குள்ளே
அறிந்தேன் விடிவெள்ளியாய் உன்னையே!
தலைசிறந்த ஓவியங்கள், சிற்பங்கள்,
விலையுயர்ந்த பொன் வைர அணிகலன்கள்
விலைமதிப்பற்று நிற்கின்றன நின்முன்!
உன் அன்பிற்கிணையாய் யென்செய்வேன் ?
என் இன்னுயிர் ஈந்தாலும் ஈடாகுமோ ?

2. இரவின் நிழல்

அலைகளற்ற சமுத்திரமாக அவள் மனமிருக்க
ஆங்காங்கேக் கிடந்த வலம்புரி சங்குகள்

அவளை நோக்கி நகைத்த வண்ணம்
அன்னமே, நின் தோழிகள் எங்கேயென்றன ?

"என் சிநேகிதிகள் வழி நானறியேன்
என் இருதய ரணங்களையே நானறிவேன்"

காகிதத்தின் மையச்சுகளாய் உன் பேச்சும்
கற்பாறையின் செதுக்கல்களாய் நின் நினைவும்

எதை அழிக்க எதை மறைக்க ?
வலம்புரி சங்கினுள்ளே கடலின் சத்தம்!

அதினுள்ளே கடலில்லை ; கடலினுயிர் அதினுள்ளே
கண்டவர் யாருமில்லை உணர்ந்தவர்கள் அநேகர்
நேசிப்பவர்களும் நேசமும் இச்சங்கும் கடலுமே !

"

❧❧❧

காற்றின் புகலிடத்தை மேகங்கள் அறியா
காதலின் வழித்தடங்களையும் மறைப்பொருளையும் யாருமறியார்
யறிவார் இவ்வுலகில் ஒருவரே அவர்
யாதும் வல்ல இறைவன் ஒருவரே -அவளோ
இரவில் நிழல் தேடும் பேதையானாள்!

3. முழுவல்

செந்நிற கதிர்களின் அழகிய சங்கமமாய் மலைச்சிகரங்கள்
செவ்வந்தி மலரேந்திய நங்கையின் கார்குழலின் நடனங்கள்
வாழேந்திய மன்னனும் அவள் நோக்கிக் காதலுற்றான்
வானோர் ஆசிப்பெற்று அவளது கமலப்பூ முகங்கண்டான்
ஆதித்தியப் பாவையின் செங்கண்களை நோக்கி வியந்தான்
அழகிய இரு வெண்மதிகள் அலைகளில் ஜொலித்தன!

❧❧❧

திங்களினுள்ளே வீரனே நின் முகம் பிம்பமாய்
செம்புனலினுள் தஞ்சம் புகுந்த மழைத்துளியாய்
கதிரவனின் கதிர்கள் நீலக்கடல் அலைகளோடுக் கொஞ்சுகை-
யிலே
கடல் பறவைகளின் கானம், மயில் தோகைவிரித்தாடுகையிலே
அவனிதழ் அவளிதழோடு இணைந்த அடுத்த கணம்
நீலக்குறிஞ்சிப்பூக்கள் மலைகளில் மெல்ல விரித்தன இதழ்களை!

❧❧❧

ஆயிரமாயிரம் வானவில் மேகத்தில் சட்டெனத் தோன்றின
ஆயிரம் ஜென்மங்கள் அவர்கள் சேர விதித்தாறிறைவன்
"பூவடி அன்னமே, என்னுள்ளே உன்னை சேமித்தேன்
பூவினுள்ளே மதுரம் போல் நின் நிழலும்
என்னைப்பிரியா வரம் வேண்டினேன், பொய்யுரையா என்னவனே
என்னை நீ நீங்கினால் நீரற்ற சமுத்திரமாவேனே!

❧ ❧ ❧

என்மடிமீது நீ துயில நானுனக்குத் தாயானேன்
என் தோள்மீது சாய்கையிலே நல்லத் தோழியுமானேன்
இடமாறிய நமதிதயம் ஒன்றிணைந்துத் துடிக்கும் சப்தம்
இவ்வுலகில் நின்றாலும் நமது ஆன்மா ஒன்றிணையும்".
இப்பூவுலகில் இருவரது சுவாசம் நின்றாலும்
விண்ணுலகில் அவர்கள் ஆன்மா சுவாசிக்கும்!

4. மங்கை மனம்

பெண்ணே! சிற்பங்கள் செதுக்குவதில் வல்லவன் நான்
பெண்ணே! உன் கல்மனம் கண்டுத் திகைத்தேன்
உன் மனம் கல்லானதாலல்ல, எங்ஙனம் செதுக்குவேன்
உன் மனதை சிறிதும் ரணமாக்காமல் என்றெண்ணி!

5. புரியாத புதிர்

படிக்கப் படிக்க முடியாதப் பக்கங்களாய் நீ
படிக்கப் படிக்கப் புரியாதப் புதிராய் நான்
நம்மிருவரும் நேசம் என்னும் வலையில் அகப்பட்டுக்கொண்டது
நம் பிழையா அல்ல இறைவனின் நெறியா?
இருந்தும் காதல் என்னும் கடலில் மூழ்கி
இறக்க மையல் கொள்ளும் நம் மனதை
என்ன சொல்ல?

6. நட்பு

நிலவைக் காணாத இரவில்லை
நீலக்கடல் தொடாத கதிரவனில்லை
நீலக்கடல் சேராத மழையில்லை
நிலம் தொடாத வேரில்லை
தென்றல் சீண்டாத பூவில்லை
தெய்வம் தங்காத ஆலயமில்லை
தாழ்வைக் காணாத உயரமில்லை
தோல்வி இல்லாமல் வெற்றியில்லை
அன்பு இல்லாத உறவில்லை
அன்னை இல்லாமல் மழலையில்லை
நாவு இல்லாமல் சொல்லில்லை
நட்பு இல்லாத உலகில்லை

7. இசை

இசைக்கு ஏழு ஸ்வரங்களாம்
இதுவரை கண்டதில்லை எவரும்
வான்மழை நின்றபின் எழும்
வானவில்லின் வருகையைக் கணிப்பாரில்லையாம்!
நற்பண்பெய்திய பெண்ணின் மனதும்
நானிலத்தில் கண்டதில்லை எவரும்
தெய்வீக மன அழகைத்
தெய்வத்தின் கண்களே காணும் - அன்றோ
அத்தெய்வத்தினையும் கண்டோரில்லை இவ்வுலகில்!

8. உதிரம்

கருவறையில் தூய்மையாகும் உதிரம்
கலவியறையில் தூய்மையாகும் உதிரம்
மாதவிடாயில் தூய்மையற்று கிடக்கும் அவலம்
மங்கையரின் வாழ்வின் நீங்காத சாபம்!

9. நீலக்குறிஞ்சி

அன்றொரு ஏழம்மாத அந்திமாலைக் குளிர் தென்றல்
அனல்காற்றை வென்று வாகைசூடி ஆகாயமெங்கும் மின்னல்
அரிய புஸ்பம் நீலக்குறிஞ்சியாய் நீ இருந்தும்
அன்றாடம் என் இரத்தநாளங்களில் மெல்லப் பூக்கிறாய்!
நின் நேசம் அமிர்தம் போன்ற நீலக்குறிஞ்சித்தேன்
நீ பூக்க எனதிதயத்தையே உனக்கு ஈந்தேன்!
தலைவனே உன் அறம் பெருங்கடலைவிட ஆழமானதன்றோ
வீணையாகிறேன் நீ நித்தமும் இசை மீட்டுகையிலே!
நான் மேகமானால் என்னைத் தாங்கும் வானாகிறாய்
நான் மலரானால் என்னைத் தாங்கும் நிலமாகிறாய்

10. வினா

அடிக்கோடிட்டும் நிரப்பப்படாத வினாவாகும்
அவளின் மன எண்ணங்கள்
விடை எழுத முயன்றேன்
வினாவையோ எங்கோத் தொலைத்தேன்
தேடினேன் அவளின் காலடிகள்
தடங்களை தினமும் தொடர்ந்து
கடல் தேடும் நதியானேன்
கனவுகளில் தொலைந்த நித்திரையானேன்!
விழித்தெழும்போது அறிந்துக்கொண்டேன் கனவென
கன்னியவள் இமைகள் கூறின
அவள் பரம இரகசியமென!

11. என் சுவாசம்

அவன் மேல்சட்டையை இறுகப் பற்றிக்கொண்டு
அவன் வியர்வை வாசனையை நுகர்ந்துக்கொண்டு
நின்ற என்னை வருடிச் சென்ற
நிமிடம் என்னைப் பார்த்துக் வினவியது
மேஜை மீதிருந்த வண்ணப்பூக்கள்
"என்னிடம் இல்லாத வாசமா அவனுடையதென
என் சொல்வேன் நான் அவைகளிடம்
உன் வாசம் சுவாசித்து முடிக்கும்வரை
அவன் வாசமோ என் சுவாசமிருக்கும் வரை"!

12. முயற்சி

இயற்கைக்கு பல வண்ணங்கள்

இசைக்கு பல சுவரங்கள்

கவிதைக்கு பல நடைகள்

காதலுக்கு பலத் தடைகள்

உடலுக்கு பல உறுப்புகள்

உணர்வுக்கு பல தொடுதல்

உழைப்புக்கு பல முகங்கள்

வெற்றிக்கு பல முயற்சிகள்

முயற்சியில்லையேல் இங்கு கனமில்லை

முயற்சியுடையோர்க்கு கற்பாறைகளும் ஏணிகளாகும்

13. அழகோவியம்

ஓவியம் தீட்ட என்னிடம் வண்ணங்கள் இல்லை
ஒருமுறை அவள் கண்ணிமைகளிடம் கெஞ்சி வேண்டினேன்
அவள் கண்ணிமைகளின் வண்ணங்களைத் தர வேண்டி
அவள் கண்களோ என்னை நோக்கிக் கதைத்தன
"என் கண்ணிமை வண்ணங்கள் உனக்கெதர்க்கு
என் பிம்பம் அழகோவியமாய் உன் உள்ளங்கையிலிருக்கையில்"!

14. உயிர்நாடி நீ எனக்கு

மலைத்தொடரில் உதித்து வழியெங்கும் கடந்தோடும் நதியொன்று
மாலைப்பொழுதினிலே சமுத்திரத்தினோடு சங்கமிக்கையில்
அதனுள் வினாவொன்று
நதி மெல்ல பெருங்கடலை நோக்கி, ''கடலே
நீலமாம் வானும் நீயும் பின் ஏன்
தங்களுக்கு வெவ்வேறு பெயர்கள் என்றது?''

❧❧❧

''என் நீரைத் தருவதும் வான்மேகமாகும்
என் நீரை சேமித்துக்கொள்வதும் அவைகளாகும்
நான் இல்லையேல் வானில்லை வானில்லையேல்
நானிலத்தில் என் உறைவிடமும் என்றும் இல்லை''!

❧❧❧

இருவருக்குள்ளும் துடிக்கும் உயிர்நாடி ஒன்றேயாகும்
பெயர்கள் வெவ்வேறு ஆயினும் இரு இதயங்களை
இணைக்கும் இறைவனின் அதிசயம் காதல் !

15. ஒற்றுமை

இனம் வேறு, மொழி வேறு
இடங்கள் வேறு, மதங்கள் வேறு
காலம் வேறு, காட்சிகளும் வேறு
ஈன்றவர்கள் வேறு, விதியின் ஈர்ப்பினால்
உள்ளத்தால் இணைந்து உணர்வில் கலந்தது
உன்னதமான நட்பு! எவைகள் வெவ்வேறாயினும்
சிந்தும் குருதியும் இருதயத்துடிப்பும் ஒன்று
சற்றும் விலகாத அணைப்பும் ஒன்று
வேற்றுமைகள் ஆலமரக்கிளைகளைப் போல்
வேர்களோ ஒன்றே நட்பைப் போல்!

16. கடிதம்

ஒருவரும் தீண்டாத காகிதம்
ஒருபோதும் திறந்திராத இரகசியம்
தூக்கியெறியப்பட்ட அரியப் பரிசு
தூர மூலையில் கிடந்தன
படிக்கப் படிக்க முடியாமல்
பதறிய ஆழ் மனம்
மறைந்திருந்த எழுத்துக்கள் பேரிடியாக
மனதின் வலிகளுக்கு மருந்தாக
வர இழந்தக் காலத்தை
வர்ணித்து பதில் கடிதம்
எழுத எழுத்தாணியை நாடியது
என்னையுமறியாமல் என் கரங்கள் .

17. தாமரை மலரே

பல சிறைகளைக் கண்டவன்
பாவையின் கண்ணிமைக்குள் சிக்கினேன்
வெளியேற இயலாமலும் ரசித்தேன்
வெளிவர வழி நோக்கினேன்
"சொல் பெண்ணே எவ்வழியென்று
சொல்லவில்லையென்றாலும் பிழையில்லை உன்னில்
புதைந்து உதிரத்தில் கலந்துவிடுகிறேன்
பூவே பூக்களில் எவ்வகை
பூ நீ ! தாமரைப் பூவோ
தாமரை இலையையும் நீரையும் போலத்
தலைவனை ஒட்டாமல் செல்கிறாயே!

18. கவிஞன்

காதலித்தால்தான் கவிதைப் பிறக்குமா என்ன
காத்திருந்து உன் முகம் பார்த்தாலே போதுமடி
பேதையும் சிறந்த ஞானி ஆவானடி
கோதும் உன் கார்க்குழலில் சிக்கித்
தவிக்க மனம் யுத்தமிடுகையில் நீ
தந்த ஒற்றை முத்தத்தில் மூழ்கிப்போனேன்
கடலில் அல்ல உன் காதலில்
மூழ்கிய என்னை மீட்க வேண்டாம்
மீண்டும் ஒரு முத்தம் வேண்டுமென்றேன்
மண்ணில் புதைந்த மழைத் துளியாய்
மனதில் புதைந்த அவளது நினைவைய்
அழிக்க முடியாமல் நித்தம் கண்ணீர்
ஆழியில் அமிழும் கிளிஞ்சல்களானேன்

19. யுத்தம்

மேற்குத் தொடர்ச்சி மலைத் தொடரில்
மேகங்கள் கொஞ்சல் மொழி உச்சரிக்கையில்
திங்கள் நிலவாய் அவள் வரத்
திசையறியாமல் பறக்கும் பறவையானது மனம்
அவளது நிழல் மட்டுமே என்னுடன்
அவளது உடல் சென்ற திசை
நானறியேன்! அவள் ஒரு ரூபவதி
நிலம் பதியும் அவள் அடி
தங்கும் ஸ்தலம் சிகரங்களோ மலைகளோ
தீவுகளோ எங்கே என்று நானறியேன்
அவளைக் காணாத நெஞ்சம்
அரணற்றப் போர்க்களம் போன்றது

20. இளமைக் காலம்

கானல் நீர்ப் போலக்
கரைந்துருகும் இளமையில் என்றும்
கரையாத நினைவுகளைக் கொடுத்தக்
கள்வன் என் காதலனே!

21. பிரிவு

கரம்பிடித்து நடந்த வழித்தடங்கள் எல்லாம் எனக்கு
கயல்விழியைய் காணாது வெறிச்சோடியப் பாலைவனங்களாய்த்
தோன்றின
என் தலையணை வாசத்தை எடுத்துச் சென்றாள்
எனக்கு கண்ணீரை மட்டும் விட்டுச் சென்றாள்
அவள் கன்னக்குழியில் வீழ்ந்த என்னை மீட்க
அவள் இங்கில்லை! காத்துக் கிடக்கிறேன் என்றேனும்
ஒரு நாள் கரைத் தொடும் அலைகளாய்
ஒற்றைப் பார்வையில் என் உயிர்த் தொடுவொளென!

22. ஏக்கம்

நிழல் தேடும் உருவமாய்
நிலம் தேடும் விதைகளாய்
கனித் தேடும் பட்சிகளாய்
கரைத் தேடும் அலைகளாய்
கவிதைத் தேடும் இலக்கணமாய்
கடல் தேடும் நதிகளாய்
கலைகளைத் தேடும் கவிஞனாய்
வானைத் தேடும் மேகங்களாய்
வண்ணமயில் தேடும் மழையாய்
அவளைத் தேடும் நான் .

23. வானவில் நீ

வானவில்லைத் தோற்றுவித்த ஈசன்

வண்ணங்களை வரிசைப்படுத்துகையிலே பெண்ணவளைக்

காணவில்லைப் போலும் கண்டிருந்தால்

கண்டப்பொழுதினிலே அவளை வானவில்லாக்கியிருப்பான்!

அவளைத் தாங்கும் மேகங்களாகியிருப்பேன் நான்.

24. விதியின் கைதி

துள்ளிக் குதித்த புள்ளிமான்
துவண்டு மூலையில் கிடந்தாள்
சின்னஞ்சிறு கூட்டுக்குள்ளே கிடந்தாள்
சிறுப் புன்னகையும் இழந்தாள்
விளையாட்டுக் கேளிக்கைகள் மறந்து
வீட்டு சமையலறையில் ஒதுக்கப்பட்டாள்
பூப்பெய்தியதும் கூண்டுப் புறாவானது
பூலோகம் வெல்லத் தவம்செய்துக்
கொண்ட அவள் பெண்மை
மாதர்க்கு ஒழுக்கம் கற்பிக்கும்
மானிடர் ஆடவர்க்கு ஒழுக்கம்
கற்பிக்கத் தவறியது மதியின் பிழை!

25. வண்ணத்துப்பூச்சி

சிந்தனையில் பறக்கும் நீ
சிறையெடுக்கத் துடிக்கும் நான்
ஏனோ பறந்து செல்கிறாய்
என்னைவிட்டு நான் நெருங்குகையிலே
வண்ணத்துப்பூச்சியாய்!

26. ஈசன் திருவடி

கலங்கரை விளக்கைத் தேடும்
கப்பலானேன்! ஓர் நிமிடம்
ஆழியின் பேரழிவிலிருந்து மீண்டவன்
ஆண்டவனின் சந்ததியில் சேர்ந்தேன்
நன்றிகளைத் தெரிவிக்க வார்த்தைகளற்றவனானேன்
நன்மைகள் பல செய்தவர்க்கு
அவரோ "நன்றிகள் தேவையில்லை
அனைவர்க்கும் செய் நன்மைகளை
பிறர் மகிழப் பகிர்பவர்களுக்கு
பாரெங்கும் புகழ் உண்டு
அவர்களே இறைவனடி சேர்வார்கள்".

27. மொழி

பூக்களின் மொழியறியும் தேனி
பூமியின் மொழியறியும் பனி
இசையின் மொழியறியும் இசைக்கருவி
இமைகளின் மொழியறியும் கண்கள்
நதிகளின் மொழியறியும் அருவி
நன்றிகளின் மொழியறியும் கண்ணீர்
நத்தையின் மொழியறியும் கூடு
பிரபஞ்சத்தின் மொழியறியும் தெய்வம்
பாவையின் மௌன மொழியறியாது
குழம்பி நின்றேன் நதிக்கரையிலே!

28. நாணும் பனி

நாணிய மங்கையின் கன்னங்கள் மாதுளங்கனிகள்
நானென்ற எனது அகந்தையை சிதைத்தன
எவர்க்கும் அஞ்சாத அனல்மொழிக் கொண்டாள்
என்னைப் பார்த்ததும் உருகும் பனியானாள்
சில்லென்றத் தென்றலும் அனல் காற்றாகின
சிவந்த அவள் செவ்விதழ் பார்த்து
செம்மொழி இலக்கியங்கள் பல உண்டு
செங்கதிரொழியின் நாணத்திற்கொரு இலக்கியம் இல்லை
என் கருவிழிகளிலுண்டு அதன் விடை!

29. வரதட்சணை

வரமாக ஜனித்தவளை அந்நியனுக்கு
விற்க விலையற்று நின்றாள்
இறைவனிடம் விண்ணப்பம் வைத்தாள்
இறைவா,"எனக்கு மறுபிறவிக்
கொடு"
அவள் கோமாதாவாக வேண்டினாள்
அவளை விலைக்கொடுத்து வாங்க வேண்டும்
விற்கப்படும் பொழுதும் தன்மானம்
வேண்டினாள்!
பெண்களை விற்பவர்களும் இங்குண்டு
பெண்களை கொள்பவர்களும் இங்குண்டு
மங்கையவள் உடலிற்கிங்கு விலையுண்டு
அவள் உள்ளத்திற்கில்லை ! இங்கு
அதை உணர்ந்தவர் சொர்ப்பம்.

30. ஒரு இரவு

ஒரு இரவில் எத்தனை நிலவுகள்
ஒரு முறை அவள் முந்தானை
என்னைத் தீண்டி சென்றத் தருணம்
ஏழு ஜென்மப் பலனை அடைந்தேன்
ஒரு இரவு அவளுடன் சீண்டல்களில்லை,
காமமுமில்லை, ஒரு சொல்லும் உதிர்க்கவில்லை
கண்கள் மட்டுமே உரையாடல் புரிந்தது
இருவரும் ஒரு சேர நடக்க
இருளிலும் ஓர் சூரியன் உதிக்க
இதழ்கள் ஒருவித மௌனம் காக்க
கண்கள் இடைவெளியின்றி பேசக் கைகளோ
கரம் கோர்க்கப் போராடிக் கொண்டிருந்தன!

31. மின்மினிப் பூச்சிகள்

தெருவோரப் பூக்களின் கலந்துரையாடலில்
தெருவோர விளக்குகளாய் ஜொலித்தன
அங்கு விளையாடிக் கொண்டிருந்த
மின்மினிப் பூச்சிகள்

32. காவியம்

என் வாழ்க்கை புத்தகத்தில் இறைவன்
எழுத மறந்த பகுதி நம்பிக்கிவு
எழுதிய மிகச்சிறந்தப் பகுதி காதல்!
"கவிதைகள் எங்கேயென்றேன்? கவிதைகளாய் அவளிருக்க
கவிதைகள் வேறு வேண்டுமோயென்றார்".

33. ஐம்புலன்களில் பெரியவன்

நானில்லையேல் வாசங்களில்லை என்றது மூக்கு

நானில்லையேல் ஒளியில்லை என்றது கண்

நானில்லையேல் மொழி யறியயியலாதென்றது காது

நானில்லையேல் வார்த்தைகளில்லை என்றது வாய்

நானில்லையேல் உணர்வுகளில்லை என்றது தேகம்

இதயமோ நானில்லையேல் நீங்கள் யாருமில்லையென்றது!

இங்கு பெரியோர் சிறியோர் எவருமிலர்

34. பதவியும் பணிவும்

பிறர் பசிப் போக்கும் நெற்கதிராயிருந்தும்
பணிந்த அவைகளைப்போலேத் தன்னடக்கம் வேண்டும்
பணிவில்லாதவனுக்கு வாய்த்ததெல்லாம் வீணாகும்
பதவியில் பணத்தில் பெருமையில்லை, ஒழுக்கத்தால்
பாமரனும் மேதை எனப்படுவான்.

35. மனிதம்

எங்கே மனிதம் ? தேடிக்கொண்டிருக்கிறோம்
ஏனோ? எல்லோருள்ளும் ஈரங்கொண்டிருக்கும்
மனிதத்தை! மனிதமே இங்கு
மாபெரும் உன்னத அறம்
அதைத்துறந்தவர் பலர் இங்கு
அதைத்துறந்து எதையடைந்தோம் இங்கு
மனிதமிழந்து அடைந்தவை அனைத்துமின்று
மனிதர்களையழிக்கும் ஆயுதங்களாகினயென்பதே சான்று!
நம்முள் மனிதம் வளர்ப்போம்
நற்சிந்தனைகளோடுத் தொடர்ந்து வளர்வோம்
நானிலம் காப்போமென சூளுரைப்போம்.

36. நானென்ன சித்தனா

பயணத்தில் பேருந்தில் ஜென்னலோர இருக்கை
பாவையவள் வட்டமுகங்கொண்டத் தூரிகை!
செல்லும் பாதையில் கார்முகில் மேளமிட
சாரல் மழைத்துளி பாவையிடம் உரையாட
அவள் நெற்றியில் முத்தமிட்டு சிலிர்க்க
அவளோத் தன் கைப்பேசியின் இசையில்
மூழ்க, அவனோ அம்மழைத்துளிமீதுப் பொறாமையில்
மூழ்கித் தானேன் அம்மழைத் துளியாய்
ஜனிக்கவில்லை என அங்கலாய்த்துக் கொண்டான்!
நானென்ன சித்தனா? பெண்ணவளைக் காணாது
நாள்தோறும் தியானத்திலிருக்க! அவளது நெற்றி
மழைத்துளி முத்துப் போல் மின்ன
மதுரமும் அதற்கு ஈடில்லையென்றான் தனக்குள்!

37. நம்பிக்கை

விடியலின்மீது உறக்கத்திற்கு நம்பிக்கை
விண்மீன்களின்மீது வானிற்கு நம்பிக்கை
மலர்களுக்குக் கிளையின்மீது நம்பிக்கை
மலைகளுக்கு மரங்களின்மீது நம்பிக்கை
வண்ணத்துப்பூச்சிகளுக்குப் பூக்களின்மீது நம்பிக்கை
வானவில்லிற்கு மழையின்மீது நம்பிக்கை
சிசுவிற்கு அன்னையின்மீது நம்பிக்கை
சலங்கைக்கு ஒலியின்மீது நம்பிக்கை
உடலுக்கு உயிரின்மீது நம்பிக்கை
உயிருக்கு இறைவன்மீது நம்பிக்கை.

38. உனக்கென வருவேன்

பல கடல்களைக் கடந்து
பலத் தடைகளை உடைத்து
பல வானங்களை வென்று
பல விண்மீன்களைப் பிடித்து
உன் கரம்பிடிக்க நான்
உனக்கென வருவேனடி எங்கிருந்தாலும்
கால்கொலுசிட்ட பாதங்களில் கண
நேரம் கிடந்துறங்க !

39. முழுமதி

நிலவும் தேயத் தொடங்கினாள்
நிலம் பதித்து நடக்கும்
அவள் பாதங்கள் கண்டு
அன்று அம்மாவாசையுமல்ல பின்னே
எங்கே சென்றாயெனத் தேடினேன்
எதிரே அவளைக் கண்டேன்
அங்கே அறிந்துக்கொண்டேன் நிலாயெங்கேயென்று!

40. பாதங்கள்

தொலைந்த என் கைரேகைகளைத்
தேடிச் சென்ற எனக்குக்
கிடைத்தது அவள் பாதச்சுவடுகள் !

41. சக்தி

சிவனானது ஆணென்றால்
சக்தியானாள் பெண்!
இமயமலையையேத் தகர்க்கும்
இயற்கையே ஏவல்
புரியும் அவள்
ஒற்றை வார்த்தைக்கூறினாள்
நன்மையை விதைப்பாள்
தீயதை அறுப்பாள்
அவளது ஒற்றைச்
சொல் ஆயிரமந்திரங்களாகும்!

42. கண்ணீரின் சுவை

அவளை நினைக்க பலத் தருணங்களைத் தந்தவள்
அவளை மறக்க ஒரு மணித்துளிக்கூடத் தராதவள்
நீ செல்லும்முன் என் கண்ணீரை உன்
துப்பட்டாவில் வாங்கிக் கொண்டுச் செல், என்
கண்ணீர் மரணத்தின் சுவையை உனக்கு
காட்டும்.

43. விதை

விதை விதைத்தான்
விதையை நிலத்திலல்ல
பிறரின் உள்ளத்தில்
எழுத்தென்னும் வடிவத்தில்!

44. தாய்மை

அன்றுவரை உறக்கந்த் தொலைக்காதவள்
அன்று உறக்கமிழந்து இருந்தாள்
அன்றுவரை அவளுக்கென்று முதன்மையாயிருந்தன
இன்று அற்பமாய் தோன்றின
கடினமனதுடையவள் அன்று ஒரு
கண்ணீர்த் துளிக்கும் கசிந்துருகினாள்!
தன் உயிரின் பாதியைத்
தன் உலகம் ஆக்கினாள்.

45. தீப்பொறி

நீ வைத்த நெருப்பொன்று
நீங்காமல் எனக்குள்ளெரிகிறது என்றென்றும்
காதல் என்னும் பெயரில்
அணைக்க நீ வருவாயென்றிருந்தேன்
ஆனால் நீயோ மேலும்
தீ மூட்டிச் செல்கிறாய்!

46. நிழல்

கனவிலும் அவன் நிழல் காண்கிறேன்
கலையாதேயென கனவுகளிடம் கெஞ்சுகிறேன்
விழிகள் மூடினாலும் அவன் நினைவுகள்
விலகாமல் நித்தம் என்னுள்ளிருக்க வேண்டி
நித்திரையில் மரணம் எனையணைக்க வேண்டினேன்.

47. கண்கள்

கண்களோ சவக் குழியோ
கைது செய்து வெளிவர
வழியில்லாமல் செய்துவிட்டாயடி நீ
மலைச் சிகரங்களாய் நிற்கிறேன்
மேகங்களாய் உரசிச் செல்வாயா
இல்லை இடி மின்னலாய்
இடை இடையே வருவாயா?

48. நினைவலைகள்

நான் தூங்குகிறேன்
ஆனால் என் இதயம் விழித்திருக்கிறது.
அவள் வரும்வரை என் நினைவுகளில்
அவளின் நினைவுகளும் புதைந்திருக்கும்
சிப்பிக்குள் முத்தாய்!

49. வறுமை

கல்வி கற்க மனம் ஏங்கும்
குழந்தையின் கரங்களில் ஏடுகளில்லை அங்கும்
அதன் கைகளில் செங்கற்கள் ஏராளம்
அளவற்ற வறுமை அளவில்லா கல்விச் செல்வத்தை
ஓர் நொடியில் தின்றது அவலம் !
சிந்திக்கத் தெரிந்தும் மறந்த மானுடர்
சிறார்களின் சிறகை முற்றிலும் உடைத்தனர்
பணம் என்னும் போர்வையில்.

50. கன்னம்

என்னவளின் கன்னம் கண்டு
ஏழு வண்ணங்கள் கொண்ட
வானவில் தோன்றவில்லை மழை
நின்ற பின்பும்!

51. மாதர்

வீட்டைத் தாங்கும் தலைவி
விருந்தினர்களை உபசரிக்கும் அரசி
கணவனைப் பேணும் அன்னை
கட்டிலறையில் அவள் காதலி

குழந்தைகளைக் காக்கும் தெய்வம்
பன்முகம் கொண்ட தெய்வம்
பலநேரங்களில் பழிச்சொற்களைத் தாங்குபவள்
குழந்தைகளில்லையேல் மலடி எனப்படுவாள்
குற்றவாளியாய் கூண்டில் தள்ளப்படுவாள்

விதவையானால் கைம்பெண் எனப்படுவாள்
கணவன் கைவிட்டால் இகழப்படுவாள்
காரணம் சொல்லப்படாமல் நித்தம்!
எத்தனை எத்தனை பெயர்கள்
ஏன் ஆணுக்கென்று பெயர்
சூட்டுவதில்லை இச்சமூகம் ?

மாதம் அம்மூன்று நாட்கள்
மட்டும் மன ஆறுதல்

தேடும் பேதை அறியவில்லை
தேவையற்றவளாய் மூலையில் கிடப்பாளென்று!

கொல்லப்படுவாள் வரதட்சணை எனும்பெயரில்
தட்டிக்கேட்டால் தலைக்கணம் பிடித்தவளாவாள்
தாழ்ந்துசென்றால் காலால் நசுக்கப்படுவாள்
மாதர் விடுதலை என்போர்
மாதர்க்கு உண்மை விடுதலையளிக்கும்
காலம்தான் உண்மை போர்க்காலம்!

52. தொடர்கதையானாள்

தினம் புதுக் கவிதைகள் படைக்கிறேன்
தினம் அவள் படித்து ரசிக்க
தினம் ஒரு ஓவியம் தீட்டுகிறேன்
அவள் அழகை வர்ணிக்க, காகிதங்கள்
கரைந்தன ஆனால் ஓவியம் முடியவில்லை
இன்னிசை இயற்றி பாடல் பாடினேன்
இனியவளின் குணத்தை ஊரறியச் செய்ய
இசை இயற்ற சுவரங்கள் போதவில்லை
அவளை புரிந்துக் கொள்ளும் பயணத்தில்
அவள் என்னை ஒரு கலைஞனாக்கினாள்
அவளோ முடிவில்லாத் தொடர்கதையானாள்.

53. தேன்மொழியாள்

தெளித்தேனும் கசந்தது
தெவிட்ட தெவிட்டத்
தின்றுவிடலாம் எனத்
தோன்றும் பாவை
மொழிக் கேட்டு!

54. கைப்பேசியின் விளையாட்டு

பள்ளிக் கூடம் முடிந்து விளையாடிய
பருவம் மறந்து, புத்தகமொன்றே
உலகென வாழும் காலமும்மாறிக்
கைப்பேசியுடன் பொழுதைக் கழிக்கின்றன
இன்றைய மழலைச் செல்வங்கள் !

55. புத்தகம்

சிந்தனை செய்யென்றேன்
ஏன் என்கிறாய்?
சிந்தனையற்ற அறிவு
வீணென்றேன்!அதற்கும்
ஏன் என்கிறாய்?
அறிவைப் போதிக்கும்
புத்தகத்தைக் கையிலெடு
புத்தியைத் தீட்டு
பாரினை வெல்லலாம்.

56. மகிழ்ச்சி

மன மகிழ்ச்சியின்றி தினம்தினம்
மன உளைச்சலில் வாழ்பவனின்
மொட்டைமாடி ஒற்றை மரத்தில்
துயரங்களற்று கதைத்துக் கொண்டிருந்தன
ஜோடிப் புறாக்கள்!

57. மரணம்

வாழ்க்கையைக் காகிதமாக்கி
வாழ்வை வாழாமல்
பணம் பணம்
என ஓடுபவனின்
கணக்கை முடிவுசெய்திருந்தது
மரணம்.

58. அலைகிறேன்

தீவுகளற்ற சமுத்திரமாய்
திசைகளற்ற பறவைகளாய்
கேட்பாரற்றுக் கிடக்கும்
கிளிஞ்சல்களாய்
என்பாதியைத் தேடி
எனது பயணம்
தொடர அவளோ
தொட்டாச் சிணுங்கியைப்
போல என்னோடு கண்ணாமூச்சியாடுகிறாள்.

59. உறவுகள்

வீட்டு முற்றத்தில் கூடியிருந்தக் காலணிகள்
வீட்டு வாசல் கூட மிதிக்கவில்லை
உதிரும் பூக்களாய் உறவுகள்
உடைமை இல்லாத பொழுது!

60. இதயத் தாழ்

தாழிட்ட கதவுகளுக்குத் தெரியாதுத்
தட்டுவது நீயென்று தெரிந்திருந்தால்
என்னைக் கேட்காமலயேத் திறந்திருக்கும்
என் உள்ளத்தை!

61. ஆருயிர் அரசியே

ஓவியம் தீட்டும் கைகளுக்கு
ஒரு அணிகலன் செய்வித்தேன்
"பொன்னிறத்தாளின் கைகள் கண்டு
பாரினிர் சிறந்த மங்கையென்றன
அவளே அவனது அரசி"!

62. வளையல்கள்

வண்ண வண்ண வளையல்கள்
வட்ட வட்ட வளையல்கள்
வளைகாப்பில் மகிழ்ச்சியைக் கொடுப்பவள்
பள்ளிக் கணிதவகுப்பில் தோழியாவாள்
பளிச்செ‌ன வீசும் ஒளியாவாள்
சின்ன சின்ன சண்டைகளில்
சிறுக் கீறல்களைத் தருவாள்- ஆனால்
என்னை விட்டு விலக மறுப்பவள்

63. காயங்களும் மருந்தும்

இலைகளுக்குக் காற்றினால் காயம்
இயற்கைக்கு மனிதர்களால் காயம்
மரங்களுக்குக் கோடாரியால் காயம்
மனிதர்களுக்கு நேசித்தவர்களால் காயம்
இரணங்களும் அவள் மருந்தும் அவள்
இன்றும் என்றும் எனக்கு!

64. என் உயிர்

கலங்கரைவிளக்காவேன் நீ கப்பலானால்
கால்வாயாவேன் நீ மீன்களானால்
கிளைகளாவேன் நீ மலர்களானால்
கொடிகளாவேன் நீ திராட்சைப்பழங்களானால்
இசையாவேன் நீ பாடல்களானால்
உடலாவேன் நீ உயிரானால்

65. காதல் மொழி

உலகில் பல்லாயிரக்கணக்கான மொழிகளிருந்தும்
உயிராயிருக்கும் காதலின் மொழியொன்றேயாகும்
மௌனம் கலந்த நாணமாகும்
மௌனம் பரிமாறும் இமைகள்
இதள்களோடு பண்டமாற்றுமுறை செய்துக்கொண்டன!

66. விடுகதை

அவள் தொடுத்த விடுகதைக்கு
அவளிடம் விடைக் கொடுத்தேன்
காகிதத்தில் அல்ல பூங்கோதையின்
கன்னத்தில் ஒற்றை முத்தத்தில்
சத்தமில்லாமல்!

67. முகவரி

முகவரியின்றி தேசங்களில்
முகாமிட்டு சஞ்சரித்தவனிடம்
தேவதையாய் அருகில்
தேடிவந்து என்னில்
தஞ்சம் புகுந்தத்
தாழம்பூவின் புன்சிரிப்பினில்
கண்டேன் என் முகவரியை!

68. முகமூடி

உலகில் முகமூடிகள் பல
உண்டு அவற்றில் சில
மனிதர்கள் சூடுவது
முகத்தில் நாள்தோறும்
உண்மையுள்ளோரைப் போலிகளாயும்
உண்மையற்றவரை நல்லோராயும்
காட்டும் மாயத்திரை!
இங்கு திரைகள்
இழந்தால் பலரது
உண்மை மனம்
உணரலாம்!

69. எதிரி

வீரனையும் ஒருநொடியில்
வீழ்த்தும் கண்ணி
தைரிய நெஞ்சையும்
உருவக் குத்தும்
ஆயுதம் ! தோல்வியல்ல
ஆயுதம் பயம்.

70. அன்பு

நிலத்தில் பூக்காதப் பூ நீ
நிலையான வாடாத வண்ணப்பூ நீ!
காணமுடியாத அரியப் பூ நீ
கண்டாலும் உணரப்படும் பூ நீ
மமதையற்ற மாசற்ற பூ நீ
மகிழ்ச்சியைக் கொடுக்கும் பூ நீ
மண்ணில் பூக்கவில்லையெனினும் ஒருமுறை நீ
மனதில் உதித்தால் வாடாதப்பூ நீ!